Impressum
Verlag: BABADADA GmbH, Nedderfeld 112 , 22529 Hamburg
Geschäftsführer / Verlagsleitung: Harald Hof
Druck: Books on Demand GmbH, In de Tarpen 42, 22848 Norderstedt

Imprint
Publisher: BABADADA GmbH, Nedderfeld 112 , 22529 Hamburg, Germany
Managing Director / Publishing direction: Harald Hof
Print: Books on Demand GmbH, In de Tarpen 42, 22848 Norderstedt, Germany

trường học

dugsi

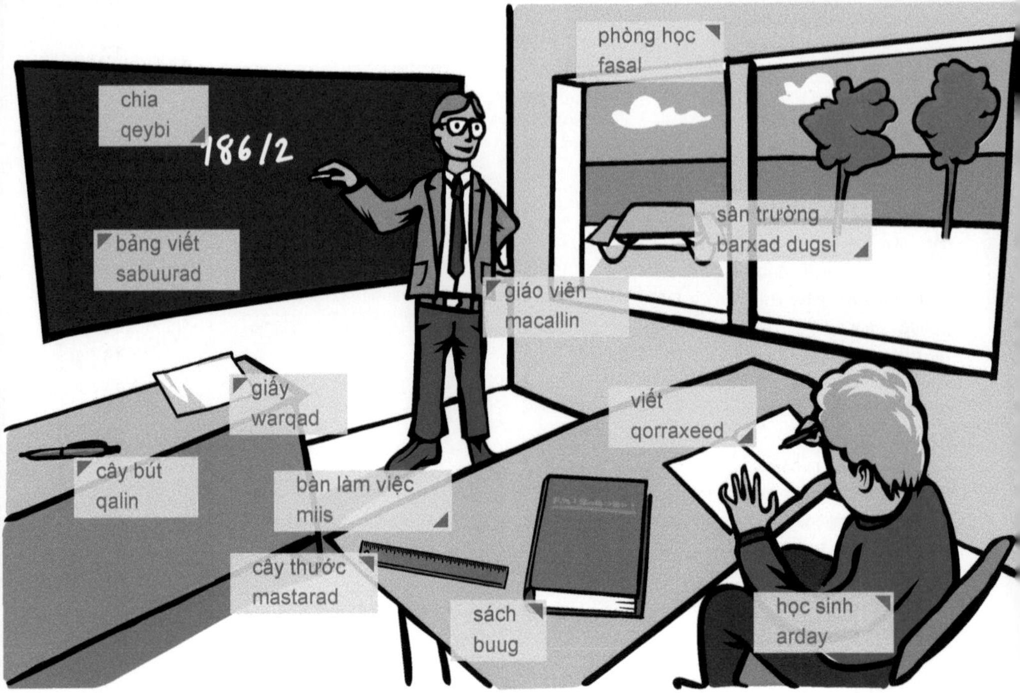
phòng học
fasal
chia
qeybi
186/2
bảng viết
sabuurad
sân trường
barxad dugsi
giáo viên
macallin
giấy
warqad
viết
qorraxeed
cây bút
qalin
bàn làm việc
miis
cây thước
mastarad
sách
buug
học sinh
arday

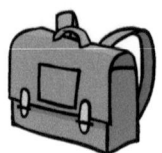

cặp đeo vai học sinh

boorso

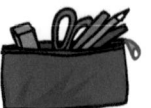

hộp đựng bút

kiis qalin-qori

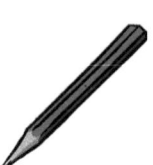

bút chì

qalin-qori

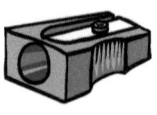

cái gọt bút chì

koobka qalin qor

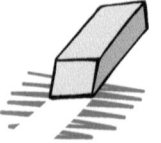

cục tẩy

titirre

tập giấy vẽ

buugga sawirka

bản vẽ

sawirid

cọ vẽ

burushka midabaynta

hộp mực vẽ

gasaca midabaynta

cây kéo

maqasyo

keo dán

koollo

sách bài tập

buug qoraal

bài tập ở nhà

shaqo-guri

12

số

lambar

2+2

cộng

ku dar

5-2

trừ

ka jar

2×2

nhân

ku dhufo

tính toán

xisaabi

A

chữ cái

warqad

ABCDEFG HIJKLMN OPQRSTU VWXYZ

bảng chữ cái

alifbeeto

hello

từ

erey

văn bản

qoraal

đọc

akhri

phấn viết

jeesto

bài học

cahsar

sổ lớp

diiwaan

thi kiểm tra

imtixaan

chứng chỉ

shahaado

đồng phục học sinh

direes dugsi

giáo dục

waxbarasho

từ điển bách khoa

diwaan mowduuceed

đại học

jaamacad

kính hiển vi

mayskariskoob

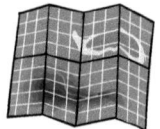

bản đồ

khariidad

thùng rác giấy

haan qashin-gur

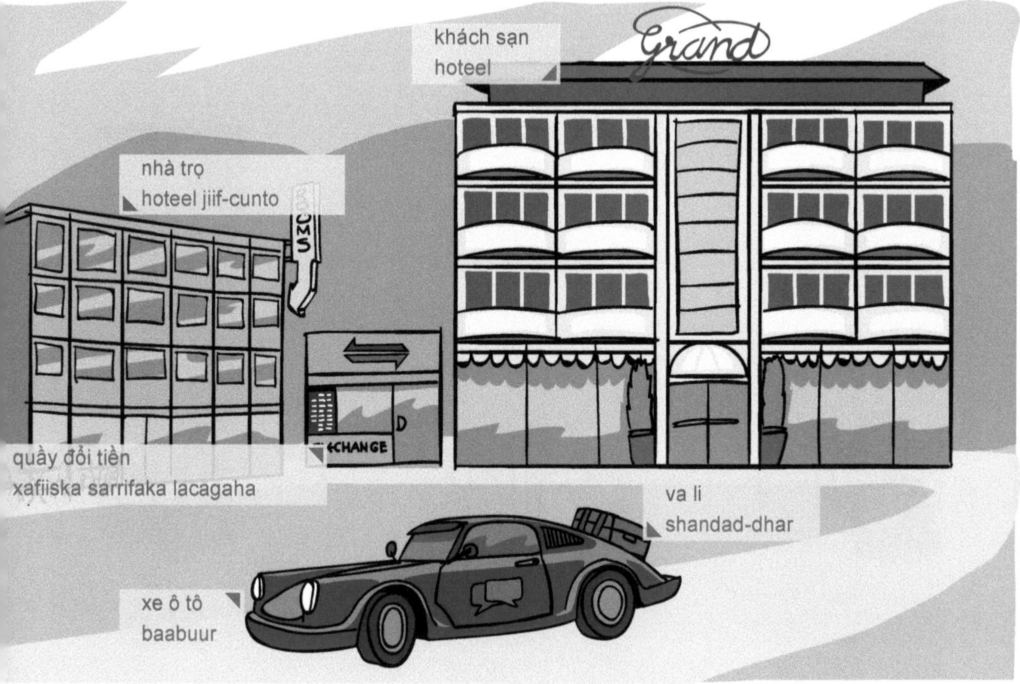

khách sạn
hoteel
Grand
nhà trọ
hoteel jiif-cunto
quầy đổi tiền
xafiiska sarrifaka lacagaha
va li
shandad-dhar
xe ô tô
baabuur

ngôn ngữ

luuqad

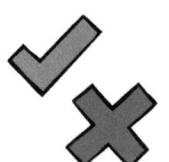

có / không

haa / maya

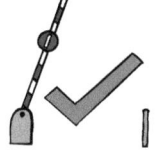

ô kê

Hagaag

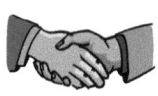

Xin chào

nabad miyaa

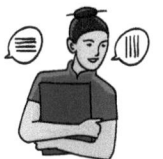

thông dịch viên

turjumaan

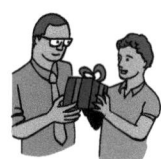

cám ơn

Waad mahadsan tahay

… bao nhiêu tiều?

waa immisa…?

tôi không hiểu

ma aanan fahamin

vấn đề

dhibaato

Xin chào! (buổi tối)

galab wanaagsan!

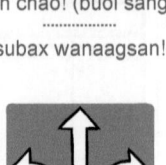

xin chào! (buổi sáng)

subax wanaagsan!

chúc ngủ ngon!

habeen wanaagsan!

tạm biệt

nabad gelyo

hướng đi

jiho

hành lý

alaabo

túi xách

boorso

túi ba lô

boorso-dhabar

khách

marti

phòng

qol

túi ngủ

katiifad

lều

teendho

thông tin du lịch

xog dalxiis

bãi biển

xeebta

thẻ tín dụng

kaar amaah

ăn sáng

quraac

ăn trưa

qado

ăn tối

casho

vé xe

rasiid

thang máy

wiish

tem bưu điện

tiimbare

biên giới

xuduud

hải quan

qeybta-canshuur-bixinta

đại sứ quán

safaarad

thị thực

dal ku gal

hộ chiếu

baasaboor

vận chuyển
gaadiid

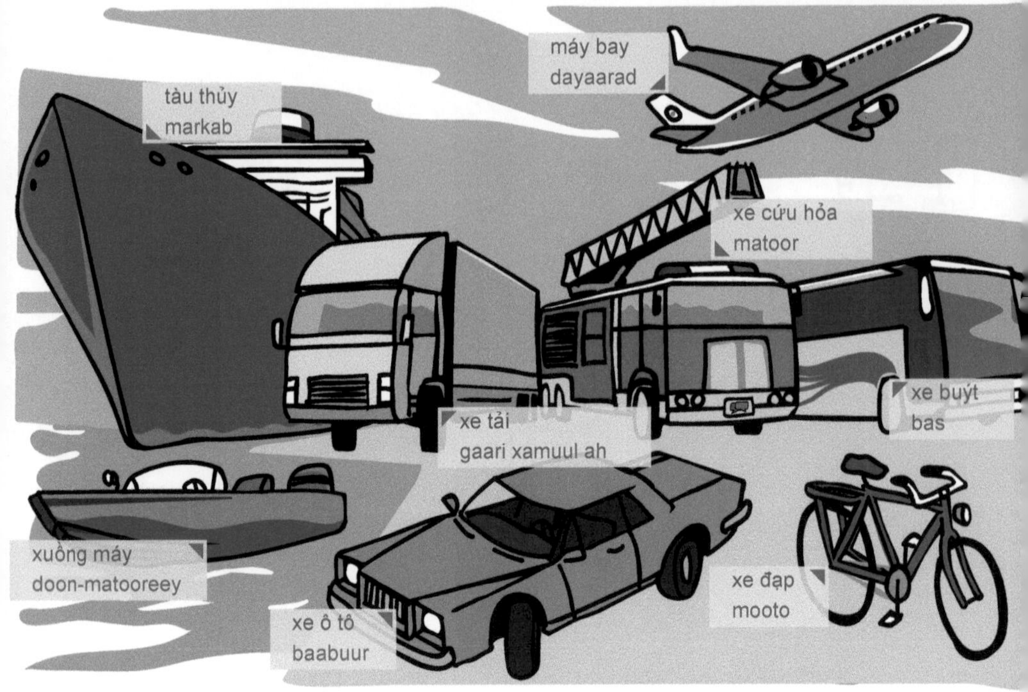

máy bay
dayaarad
tàu thủy
markab
xe cứu hỏa
matoor
xe buýt
bas
xe tải
gaari xamuul ah
xuồng máy
doon-matooreey
xe đạp
mooto
xe ô tô
baabuur

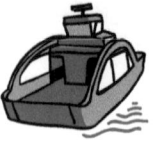

phà

doon

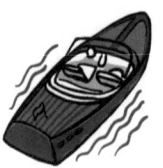

xuồng

doonnida

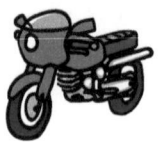

xe máy

mooto

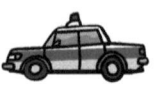

xe cảnh sát

baabuur booliis

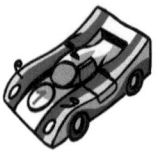

xe đua

baabuur baratan

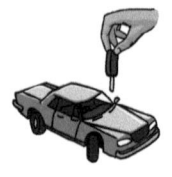

xe cho thuê

baabuur la-kiraysto

dịch vụ thuê xe tự lái

gaadiid-wadaag

xe kéo cứu hộ

wiishle

xe rác

gaari qashin-gure

động cơ

matoor

xăng

shidaal

trạm xăng

ajib

biển báo giao thông

calaamad taraafiko

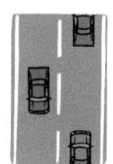

giao thông

taraafiko

ách tắc giao thông

jaam baabuur

bãi đậu xe

baarkin-baabuur

nhà ga

boosteejo tareen

đường ray

waddo-tareen

xe lửa

tareen

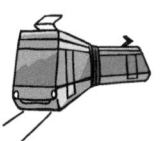

tàu điện

taraam

toa xe

gaari faras

máy bay trực thăng

helikobtar

sân bay

garoonka dayuuradaha

tháp

manaarad

hành khách

rakaab

côngtenơ

weel

thùng các-tông

kartoon

xe đẩy

gaari faras

cái giỏ

dambiil

cất cánh / hạ cánh

kicid / degis

thành phố

magaalo

làng

tuulo

trung tâm thành phố

faras magaale

nhà

guri

rạp chiếu phim
shineemo

quảng cáo
xayaysiin

đèn đường
nal waddo

CINEMA

đường phố
dariiq

taxi
taksi

quán ăn nhẹ
biibito

người đi bộ
waddo lugeed

vìa hè
marshi-biyeedi

ngã tư giao th
gudub

phần đường có vạch cho người đi bộ
marshi-biyeedi

thùng rác lớn
haan qashi-qub

đèn hiệu giao thông
samaafare

nhà chòi
mundul

căn hộ
dabaq

nhà ga
boosteejo tareen

tòa thị chính
karunta dowladda-hoose

viện bảo tàng
matxaf

trường học
dugsi

đại học

jaamacad

ngân hàng

bangi

bệnh viện

isbitaal

khách sạn

hoteel

hiệu thuốc

farmasi

văn phòng

xafiis

hiệu sách

buug shoob

cửa hiệu

dukaan

cửa hiệu bán hoa

dukaan ubax

siêu thị

carwo

chợ

suuq

cửa hàng bách hóa

suuq weyne

người bán cá

kalluun-iibshe

trung tâm mua bán

suuq

bến cảng

furdo

công viên

jardiino

ghế băng

kursi

cầu

buundo

cầu thang

jaraanjaro

tàu điện ngầm

waddo-tareen-hoosaad

đường hầm

waddo-dhul hoose

trạm xe buýt

boosteejo

quán bar

baar

khách sạn

makhaayad

hòm thư công cộng

sanduuq boosto

bảng hiệu đường

calaamad waddo

đồng hồ đậu xe

joogid-cabbire

vườn bách thú

beer-xayawaan

bể bơi

barkad dabbaalasho

nhà thờ Hồi giáo

masaajid

nông trại
beer

ô nhiễm môi trường
naqas

nghĩa trang
qabuuro

nhà thờ
kaniisad

sân chơi
garoon

ngôi đền
macbad

phong cảnh
muqaal-dhireed

lá cây
caleen

bảng chỉ đường
calaamad-waddo

lối đi
waddo

bãi cỏ
seere

hòn đá
dhagax

cây
geed

người đi bộ đường dài
buur korre

sông
webi

cỏ
caws

bông hoa
ubax

thung lũng

dooxo

đồi

buur

hồ nước

laag

rừng

kayn

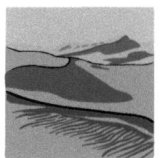

sa mạc

saxare

núi lửa

foolkaano

lâu đài

qasri

cầu vồng

qaanso-roobaad

nấm

barkin-waraabe

cây cọ

geed timireed

con muỗi

kaneeco

con ruồi

duqsi

con kiến

qoraanjo

con ong

shinni

con nhện

caaro

bọ cánh cứng

dameer-duudeey

con ếch

rah

con sóc

dabagaalle

con nhím

kashiito

con thỏ

dabagaalle

con cú

guumeys

con chim

shimbir

thiên nga

boolo-boolo

heo rừng

doofaar-jilibeey

con hươu

deero

nai sừng tấm

faras-duur

đê

biyo-xireen

tuabin gió

tamar-dhaliye

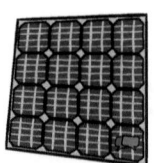

tấm năng lượng mặt trời

soollar

khí hậu

cimilo

khách sạn
makhaayad

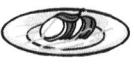

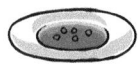

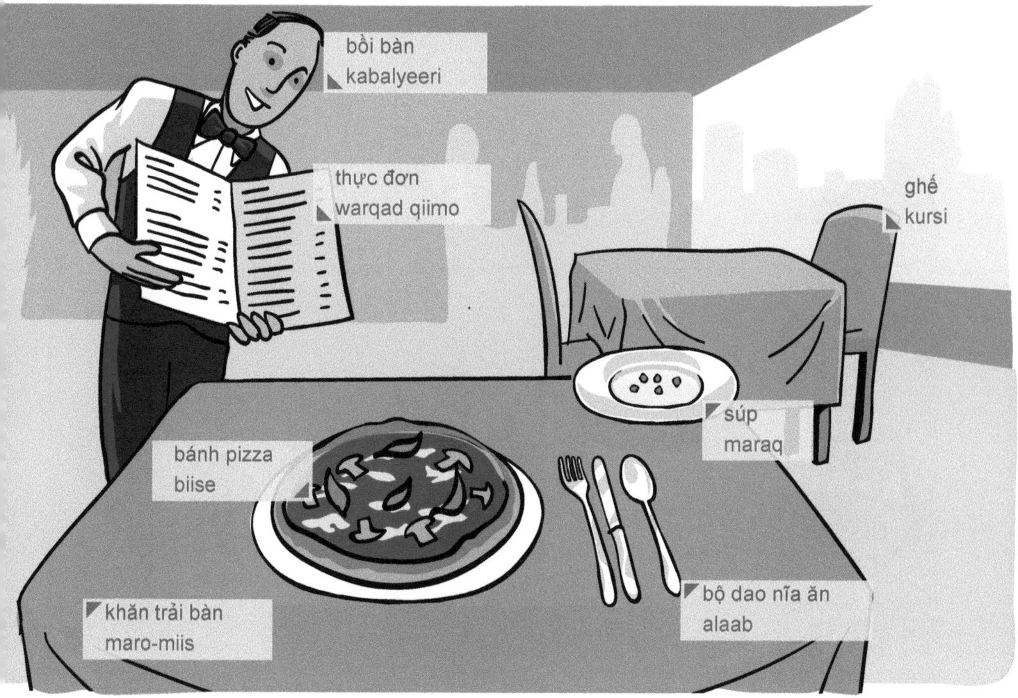
bồi bàn
kabalyeeri
thực đơn
warqad qiimo
ghế
kursi
súp
maraq
bánh pizza
biise
bộ dao nĩa ăn
alaab
khăn trải bàn
maro-miis

món ăn khai vị

af-billow

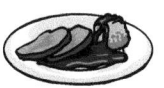

món ăn chính

cunto bariimo

món tráng miệng

macmacaan

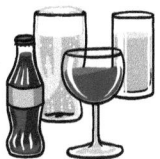

thức uống

cabitaan

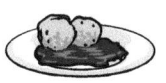

thức ăn

cunto

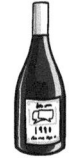

cái chai

dhalo

thức ăn nhanh

cunto diyaarsan

thức ăn đường phố

cunto-waddo

ấm trà

jalmad shaah

hộp đường

weelka sonkorta

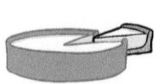

khẩu phần

qayb

máy pha espresso

mashiinka isbareesada

ghế cao

kursi dheer

hóa đơn

biil

khay

tereey

dao

mindi

nĩa

fargeeto

thìa

qaaddo

thìa uống trà

malqacad-shaah

khăn ăn

shukumaan miis

cốc thủy tinh

galaas

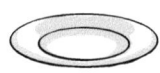

đĩa

saxan

đĩa súp

saxanka maraqa

đĩa lót cốc

saxan

nước sốt

suugo

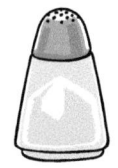

lọ muối

weelka cusbada

cái xay tiêu

basbaas shiide

giấm

fixiye

dầu

saliid

gia vị

dhandhanaan

nước xốt cà chua

suugo

tương hạt cải

mastaard

nước sốt mayonnaise

mayoonees

siêu thị

carwo

chào giá đặc biệt
qiima dhimis qaas ah
FOR
khách hàng
macmiil
sản phẩm từ sữa
caano
trái cây
miro
xe đẩy mua sắm
gaariga adeega

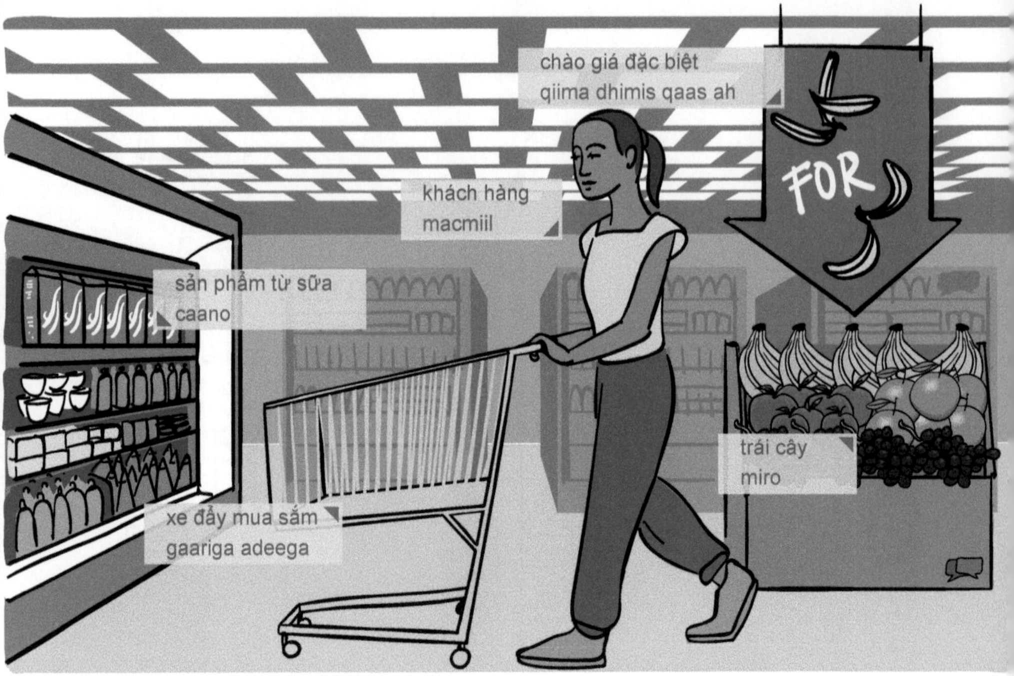

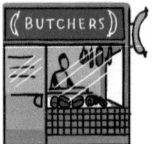

BUTCHERS

lò mổ

kawaan

BAKERY

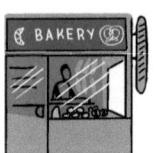

cửa hiệu bán bánh mì

foorno

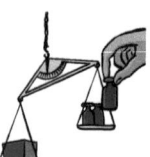

cân nặng

cabbir

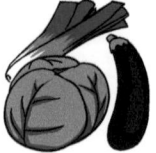

rau quả

khudaar

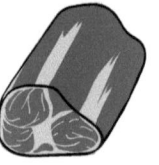

thịt

hilib

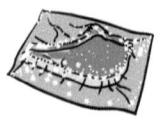

thức ăn đông lạnh

cunto la qaboojiyay

lát thịt nguội

hilibka qadada

đồ hộp

cunto gasacadeysan

bột giặt

oomo

đồ ngọt

macmacaan

sản phẩm dùng trong gia đình

alaabada guri

chất tẩy rửa

alaabo nadaafad

người bán hàng

iibshe

quầy trả tiền

diiwaan lacagta

nhân viên thu ngân

qasnaji

danh sách mua sắm

liis adeeg

giờ mở cửa

saacadaha shaqo

ví tiền

shandada jeebka

thẻ tín dụng

kaar amaah

túi đeo

bac

túi ny lông

bac

nước

biyo

nước quả ép

casiir

sữa

caano

coca-cola

kooka-kola

rượu vang

khamri

bia

biir

cồn

khamri

cacao

kooke

trà

shaah

cà phê

kafee

espresso

isberesso

cappuccino

koobishiin

chuối

muus

quả táo

tufaax

quả cam

liin-bambeelmo

dưa hấu

qare

chanh

liin

cà rốt

karooto

tỏi

toon

tre

baambuu

củ hành

basal

nấm

barkin-waraabe

hạt dẻ

loos

mì

baasto

mì spaghetti

baasto

cơm

bariis

xà lách

salar

khoai tây chiên

jibsi

khoai tây chiên

baradho shiilan

bánh pizza

biise

bánh hamburger

haambeegar

bánh mì sandwich

saanwij

thịt côtlet

hilib-jiir

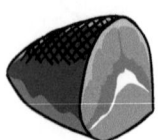

thịt giăm bông

hilib-doofaar

xúc xích

salami

dồi

sooseej

gà

hilib-digaag

rán

duban

cá

kalluun

cháo yến mạch

sareenta mashaarida

cháo muesli

quraac isku-dhafan

bánh bột ngô nướng

daango

bột mì

bur

bánh sừng bò

nooc rooti ah

bánh mì

rooti

bánh mì

rooti

bánh mì nướng

rooti-la-kulluleeyey

bánh bích quy

buskud

bơ

subag

sữa đông

hanti

bánh ngọt

doolsho

trứng

ukun

trứng rán

ukun shiilan

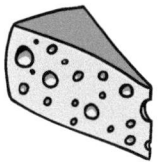

pho mát

burcad

kem

jalaato

đường

sonkor

mật ong

malab

mứt

malmalaado

kem nougat

labeen macmacaan

cà ri

suugo

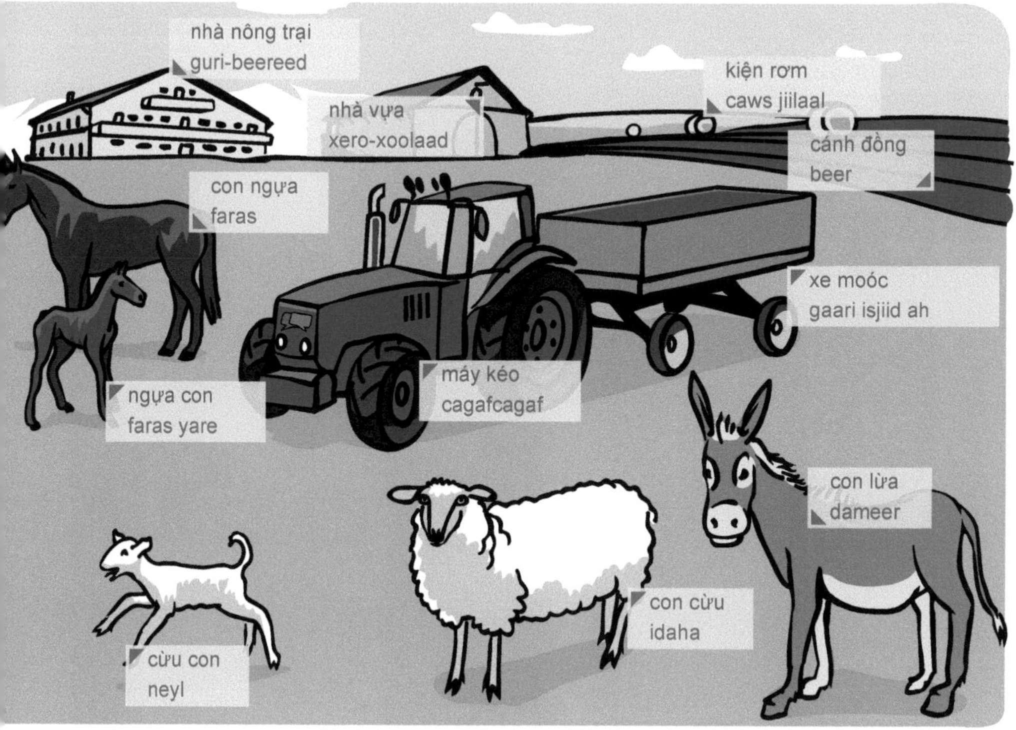

nhà nông trại
guri-beereed

nhà vựa
xero-xoolaad

kiện rơm
caws jiilaal

cánh đồng
beer

con ngựa
faras

xe moóc
gaari isjiid ah

máy kéo
cagafcagaf

ngựa con
faras yare

con lừa
dameer

con cừu
idaha

cừu con
neyl

con dê
ri'

con bò
sac

con bê
weyl

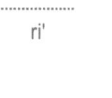

con lợn
doofaar

lợn con
dhal doofaar

bò đực
dibi

con ngỗng

bawaato lab

con vịt

bawaato

gà con

jiijiile

gà mái

digaag

gà trống

diiq

con chuột

doolli

mèo

bisad

chuột nhắt

jiir

bò đực

dibi

con chó

eey

nhà chuồng chó

hoyga eeyga

ống tưới vườn cây

tuubbo waraab

thùng tưới cây

sakeelka waraabinta

lưỡi hái

gudin

cái cày

carro-roge

cái liềm

gudin

cái cuốc

yaambo

cái chĩa

fargeeto caws-beereed

cái rìu

faas

xe cút kít

gaari -gacan

máng ăn

dar

lọ sữa

dhalada caanaha

bao tải

jawaan

hàng rào

deer

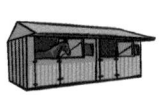

chuồng

xero xooleed

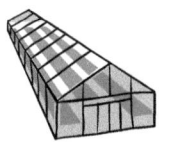

nhà kính trồng cây

gur-biqlin-dhireed

đất trồng

ciidda

hạt giống

abuuka

phân bón

bacrimiye

máy gặt đập liên hợp

cagafta beer-goynta

thu hoạch
beer-goyn

mùa thu hoạch
beer-gooyn

khoai lang
moxog

lúa mì
sarreen

đậu nành
soya

khoai tây
baradho

ngô
galley

hạt cải dầu
geed-saliideed

cây ăn trái
geed mirood

sắn
moxog

ngũ cốc
firiley

nhà
guri

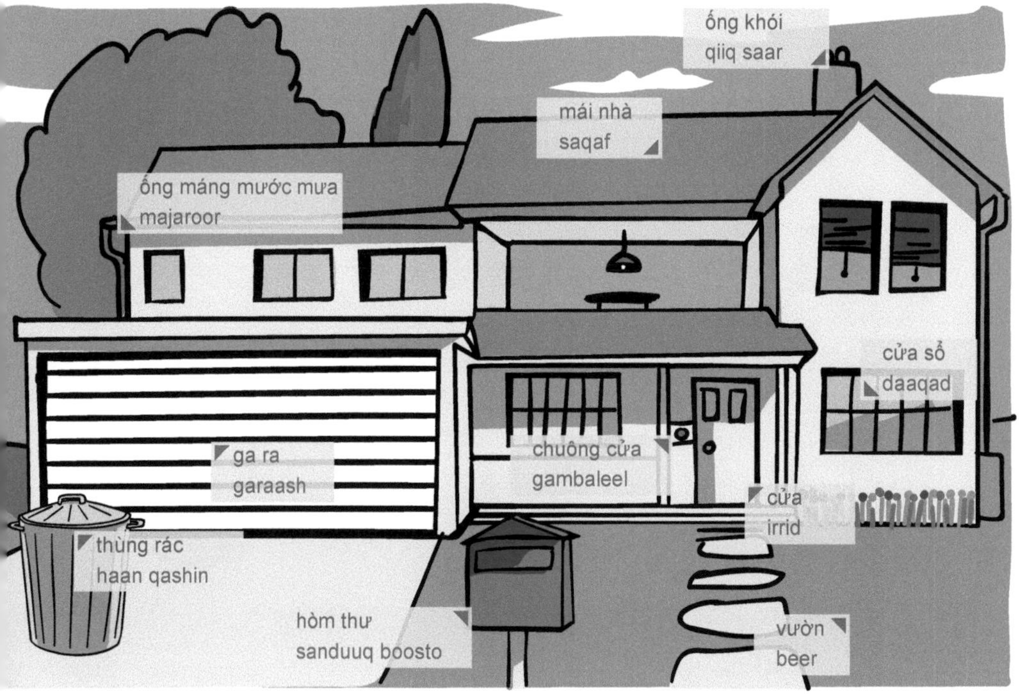
ống khói
qiiq saar
mái nhà
saqaf
ống máng mước mưa
majaroor
cửa sổ
daaqad
ga ra
garaash
chuông cửa
gambaleel
cửa
irrid
thùng rác
haan qashin
hòm thư
sanduuq boosto
vườn
beer

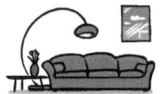

phòng khách

qol jiib

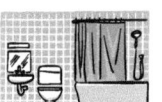

phòng tắm

musqul-qubeys

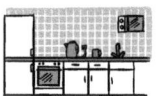

bếp

jiko

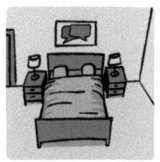

phòng ngủ

qolka jiifka

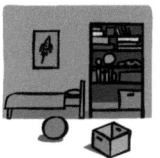

phòng trẻ em

qolka ilmaha

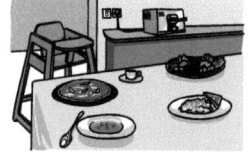

phòng ăn

qolka cuntada

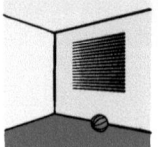

nền nhà

sagxad

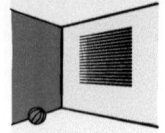

tường

derbi

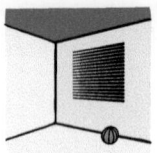

trần nhà

saqaf

tầng hầm

makhaasiin

tắm hơi

soona

ban công

balakoon

sân hiên

daarad

bể bơi

barkad

máy cắt cỏ

caws-jare

khăn trải giường

buste

khăn trải giường

go'

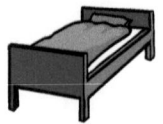

giường

sariir

chổi

xaaqin

cái xô

baaldi

công tắc điện

daare-damiye

phòng khách
qol jiib

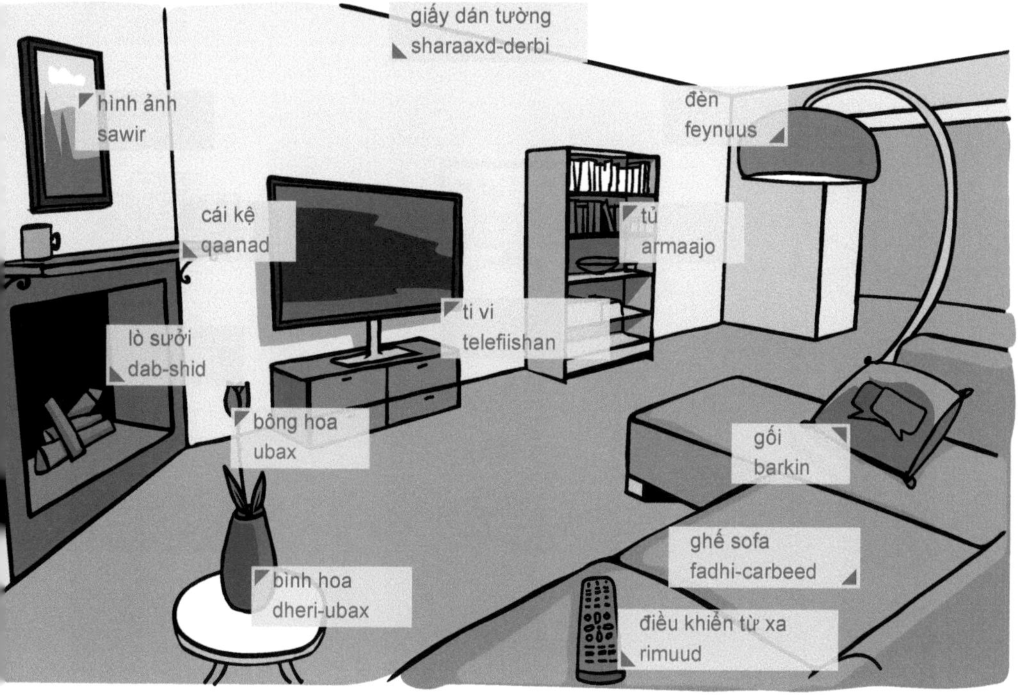
giấy dán tường
sharaaxd-derbi
hình ảnh
sawir
đèn
feynuus
cái kệ
qaanad
tủ
armaajo
ti vi
telefiishan
lò sưởi
dab-shid
bông hoa
ubax
gối
barkin
ghế sofa
fadhi-carbeed
bình hoa
dheri-ubax
điều khiển từ xa
rimuud

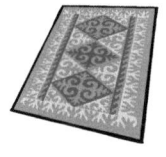

thảm

roog

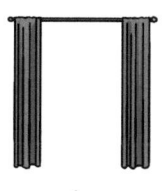

rèm

daah

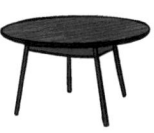

cái bàn

miis

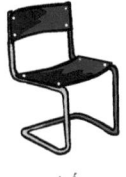

ghế

kursi

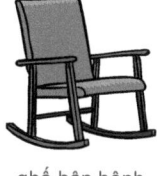

ghế bập bênh

kursi wareega

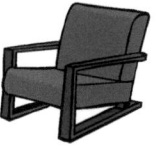

ghế bành

kursi fadhi

sách

buug

cái chăn

buste

củi

xaabo

chìa khóa

fure

áp phích

tabeelo

đồ trang trí

qurxin

phim

filin

báo

wargeys

radio

raadiye

máy hút bụi

huufar

đồ trang trí

qurxin

máy hi-fi

cod-baahiye

bức tranh

rinjiyeyn

sổ ghi chép

xusuus-qor

cây xương rồng

tiitiin

cây nến

shumac

bếp
jiko

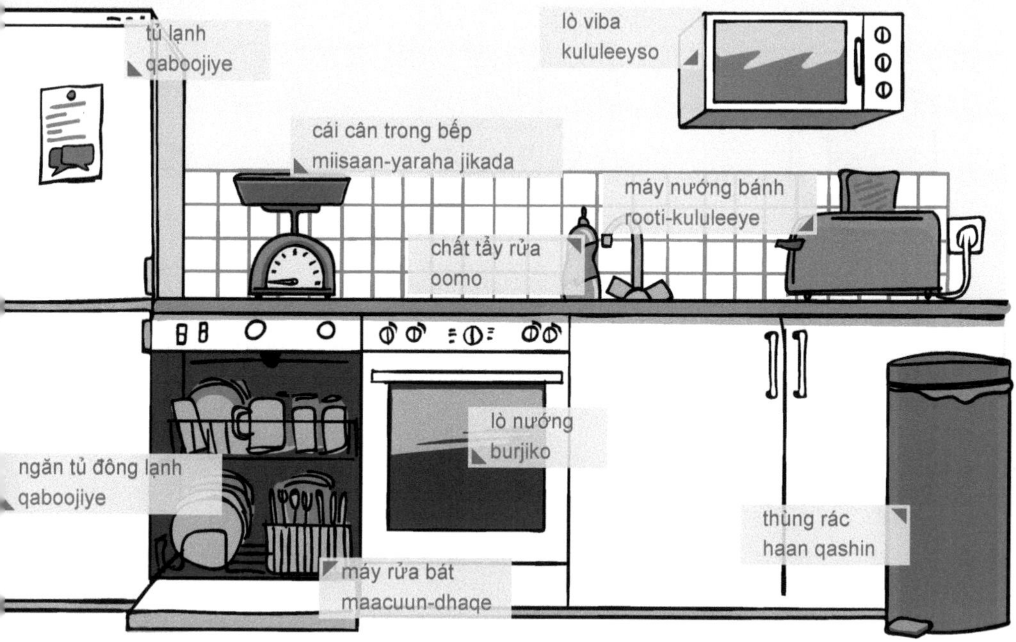
tủ lạnh
qaboojiye
lò viba
kululeeyso
cái cân trong bếp
miisaan-yaraha jikada
máy nướng bánh
rooti-kululeeye
chất tẩy rửa
oomo
lò nướng
burjiko
ngăn tủ đông lạnh
qaboojiye
thùng rác
haan qashin
máy rửa bát
maacuun-dhaqe

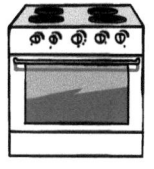

lò nấu
kuuker

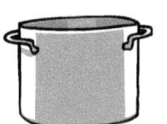

nồi
dheri

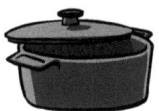

nồi sắt
birtaawo

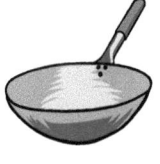

chảo
birtaawo

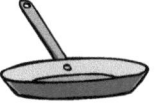

chảo
birtaawo

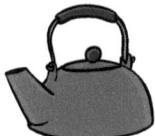

ấm đun nước
kirli

nồi đun hơi
uumiye

khay lò nướng
saxaarad dubista

bát đĩa
maacuun

cốc
bakeeri

cái bát
baaquli

đũa
qoryo wax lagu cuno

cái vá
malqacad

bàn xẻng
qaado

que đánh kem
folow

rây dùng trong bếp
miire

cái rây lọc
shashaq

cái nạo
qudaar-jare

vữa
mooye

vỉ nướng
hilib-sol

ngọn lửa trần
dab

cái thớt

alwaaxa wax-jar-jarka

trục cán bột

ul jabaati

cái mở nút chai

guf-saare

vỏ đồ hộp

gasac

cái mở vỏ đồ hộp

gasac-fure

miếng nhấc nồi

istaraasho-jiko

bồn rửa bát

saxanka-alaab-dhaqa

bàn chải

caday

miếng xốp

isbuunyo

máy xay

shiide

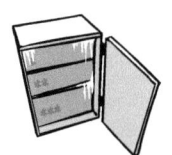

tủ đông lạnh

qaabojin qoto-dheer

bình sữa cho trẻ sơ sinh

masaasad

vòi nước

tuubbo

phòng tắm

musqul-qubeys

vòi hoa sen
qubeys
lò sưởi
kululeeye
khăn lau
shukumaan
rèm che ngăn tắm
daaha qubeyska
tắm bọt
xumbo qubeys
bồn tắm
tuubbo qubeys
cốc thủy tinh
galaas
máy giặt
qasaalad
vòi nước
tuubbo
gạch lát
mar-mar
cái bô
tuunji
bồn rửa bát
saxanka-alaab-dhaqa

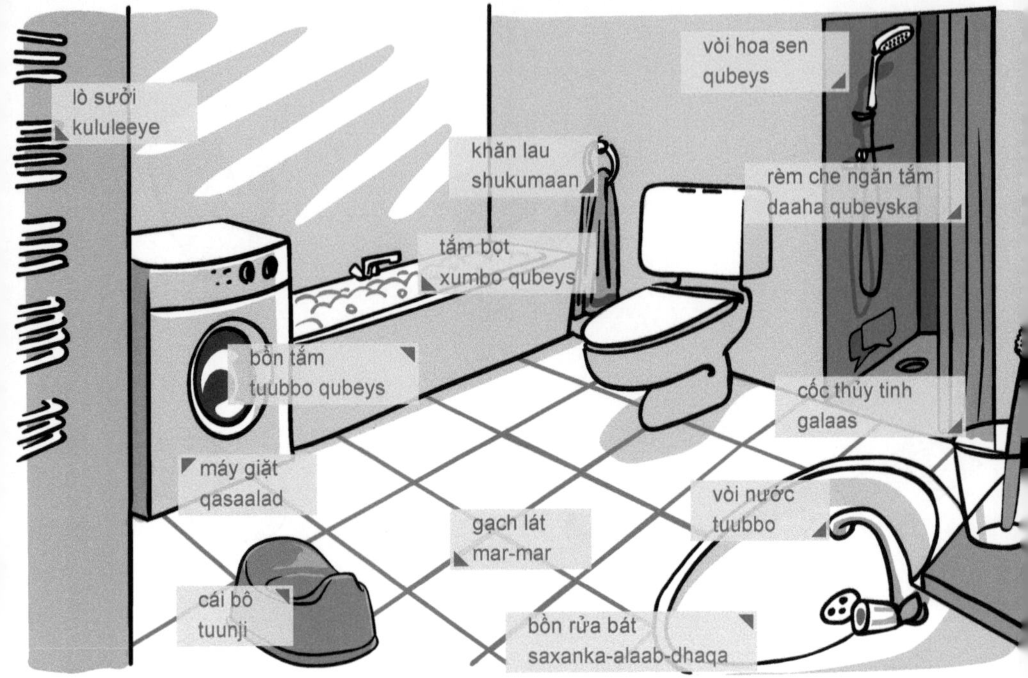

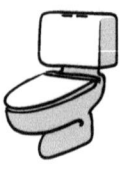

bồn cầu

musqul

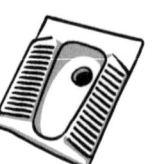

bồn cầu ngồi xổm

musqusha fadhiga

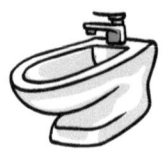

bồn rửa hậu môn

siin

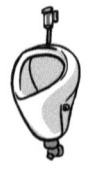

bồn tiểu tiện

weel kaadi

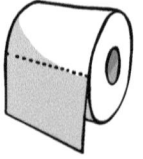

giấy vệ sinh

tiish musqul

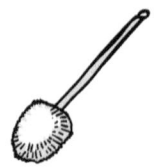

bàn chải cọ bồn cầu

burushka musqusha

bàn chải đánh răng

caday

kem đánh răng

daawo caday

chỉ nha khoa

dunta ilka farashada

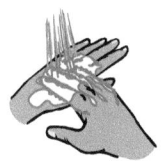

rửa

dhaq

vòi sen cầm tay

gacan qubeys

vòi rửa hậu môn

tuubo-musqul

bồn rửa

beeshin

bàn chải cọ lưng

burush-qubeys

xà phòng

saabuun

sữa tắm

shaambo

dầu gội

shaambo

khăn cọ để tắm

cago-saar

lỗ thoát nước

biyo-saare

kem

kareem

chất khử mùi

carfiso

gương

muraayad

gương tay

muraayad gacmeed

dao cạo râu

sakiin

kem cạo râu

xumbada xiirashada

nước thơm dùng sau khi cạo râu

daawo gar-xiir

cái lược

shanlo

bàn chải

burush

máy xấy tóc

fooneeye

keo xịt tóc

timo-buufis

đồ trang điểm

waji-qurxiye

thỏi son môi

rooseeto

sơn bôi móng

cidiyo-nadiifiye

bông

dun

kéo cắt móng

cidiyo-jar

nước hoa

baarafuun

túi đựng đồ tắm

boorso-wajidhaq

ghế đầu

saxaro

cái cân

miisaan culays

áo choàng tắm

dhar-qubeys

găng tay làm vệ sinh

gacma gashi cinjir

nút gạc

tambooni

băng vệ sinh

tiimshe

nhà vệ sinh hóa chất

musqul kiimiko

phòng trẻ em

qolka ilmaha

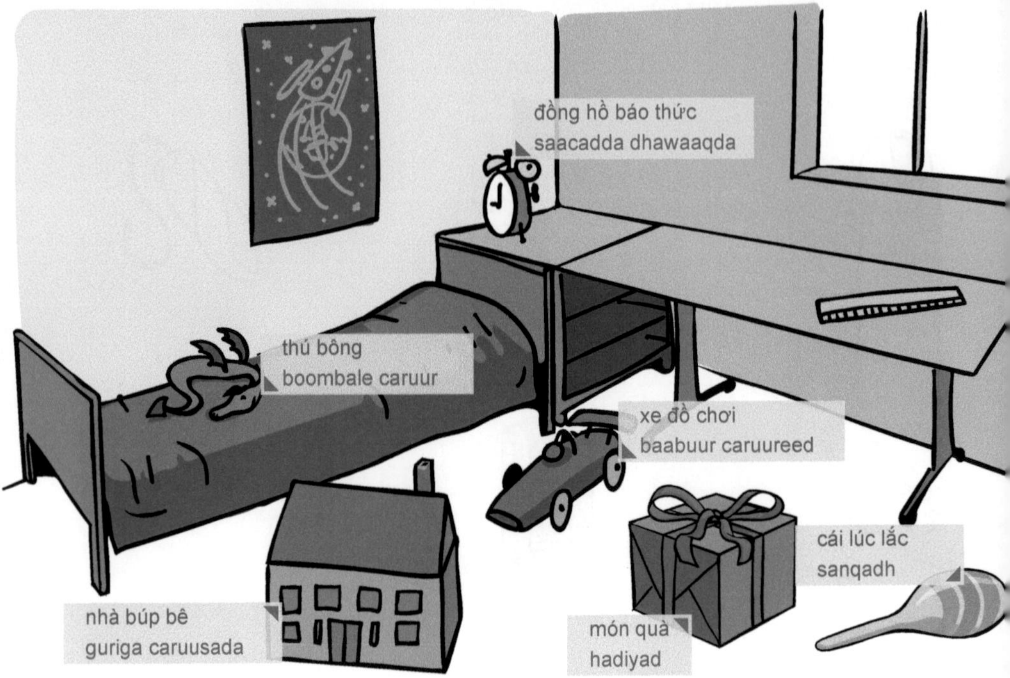

đồng hồ báo thức
saacadda dhawaaqda
thú bông
boombale caruur
xe đồ chơi
baabuur caruureed
cái lúc lắc
sanqadh
nhà búp bê
guriga caruusada
món quà
hadiyad

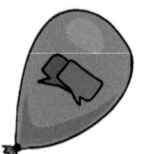

bong bóng

buufin

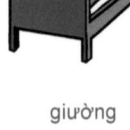

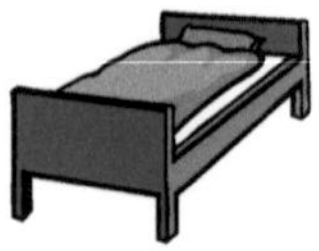

giường

sariir

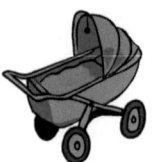

xe nôi

gaariga caruurta

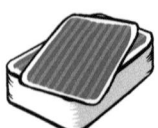

trò chơi bài

turub

trò chơi ghép hình

miinshaar

SUPER
MEGA

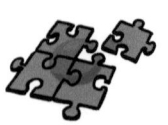

truyện tranh

maad

gạch Lego

bulkeeti boombale ah

khối xếp hình

tooy

nhân vật hành động

sanam

o liền quần cho trẻ sơ sinh

isku-jooga dhallaanka

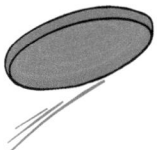

đĩa nhựa để ném

aalad cayaar

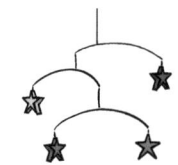

đồ chơi treo trên giường

moobaayl

trò chơi cờ bàn

khamaar

xúc xắc

laadhuu

đồ chơi xe lửa mô hình

moodo tareen

ti giả

boombale

buổi tiệc

xaflad

sách tranh

buug sawirro

quả bóng

kubbad

búp bê

boombale

chơi

cayaar

hố cát

dhoobo-dhoobeey

cái đu

wiifoow

đồ chơi

alaab-alaabeey

máy chơi game cầm tay

geemka gacanta laga hago

xe ba bánh

baaskiil

gấu bông

boombale

tủ quần áo

armaajo dhar

y phục

dhar

bít tất

sigisaan

bít tất dài

sigsaan haween

quần tất

surwaal-dhuuqsan

khăn choàng cổ
masar

ô che mưa
dallad

áp phông
funaanad

dây thắt lưng
suun

dép đi trong nhà
dacas

giày sneaker
kabo tababar

ủng
kabo buud

dép xăng đan
saandalo

giày
kabo

ủng cao su
kabo roob

quần lót
hoos-gashi

áo ngực
rajabeeto

áo vest
garan

y phục - dhar

45

áo ôm sát cơ thể

jir

quần dài

surwaal

quần bò

surwaal jeenis

váy

goono

áo cánh

canbuur

áo sơ mi

shaati

áo len chui đầu

funaanad-dhaxameed

áo len

garan dhaxameed

áo blazer

jaakad fudud

áo jacket

jaakad

áo khoác

koodh

áo mưa

koodhka roobka

trang phục

dhar-munaasabadeed

áo váy

labbis

áo cưới

lebbis aroos

bộ com lê

suut

áo ngủ

dhar-hurdo

pijama

bajaamo

trang phục sari

saari

khăn trùm đầu

masar

khăn đội đầu

cimaamad

áo burka

cabaayad

áo captan

saako

áo aba

cabaayad

quần áo bơi

dharka-dabaasha

quần bơi

dabo-gaabyo

quần đùi

surwaal-dabagaab

quần áo tracksuit

taraak-suut

tạp dề

dufan-dhowr

găng tay

gacmo gashi

cái cúc

galluus

kính mắt

ookiyaale

vòng đeo tay

jijin

vòng cổ

silis

nhẫn

faraati

hoa tai

dhego dhego

mũ lưỡi trai

koofiyo

cái mắc treo áo quần

katabaan

mũ

koofiyad

cà vạt

garabaati

dây kéo phéc mơ tuya

jiinyeer

mũ bảo hiểm

helmed

dây đeo quần

ilko-reeb

đồng phục học sinh

direes dugsi

đồng phục

direes

yếm trẻ em

cayo-dhowr

ti giả

boombale

tã lót

maro-dufeed

văn phòng
xafiis

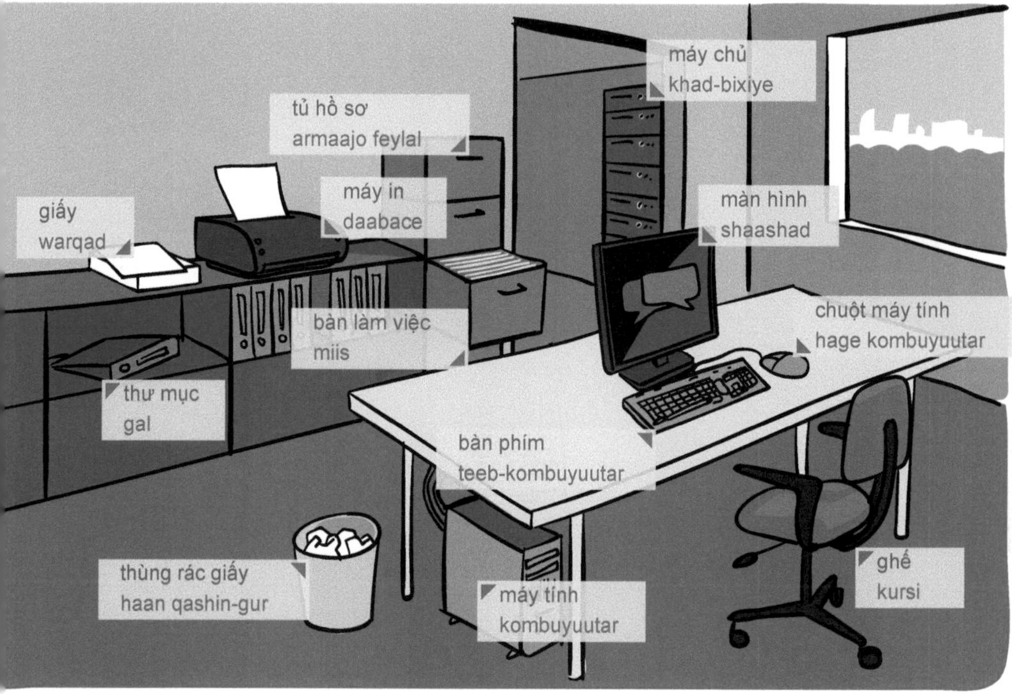

máy chủ
khad-bixiye

tủ hồ sơ
armaajo feylal

máy in
daabace

màn hình
shaashad

giấy
warqad

chuột máy tính
hage kombuyuutar

bàn làm việc
miis

thư mục
gal

bàn phím
teeb-kombuyuutar

thùng rác giấy
haan qashin-gur

máy tính
kombuyuutar

ghế
kursi

cốc cà phê

koob kafee

máy tính bỏ túi

kalkuleytar/xisaabiye

internet

internet

laptop

laabtoob

thư

bakhshad

tin nhắn

fariin

điện thoại di động

moobaayl

mạng

shabakad-kombuyuutar

máy photocopy

footokoobi

phần mềm

barnaamij-kombuyuutar

điện thoại

telefoon

ổ cắm điện

god koronto

máy fax

mishiinkan fax-ka

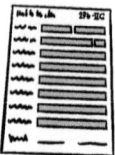

mẫu đơn

foomka

chứng từ

dokumenti

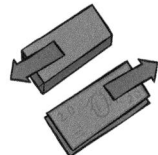

mua
....
iibso

trả tiền
....
bixi

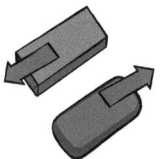

buôn bán
....
ganacso

tiền
....
lacag

 **USD**

đô la
....
doollar

EUR

Euro
....
yuuro

 **JPY**

yên
....
yenka jabbaan

 **RUB**

rúp
....
robolka ruushka

 **CHF**

franc Thụy Sĩ
....
Franka iswiiska

 **CNY**

nhân dân tệ
....
lacagta shiinaha

 **INR**

rupi
....
rubiyada hindiga

máy rút tiền tự động
....
maqal

quầy đổi tiền

xafiiska sarrifaka lacagaha

vàng

dahab

bạc

qalin

dầu

shidaal

năng lượng

tamar

giá tiền

qiime

hợp đồng

qandaraas

thuế

canshuur

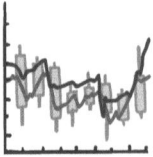

cổ phiếu

raasumaal

làm việc

shaqee

nhân viên

shaqaale

chủ lao động

shaqaaleysiiye

nhà máy

warshad

cửa hiệu

dukaan

nghề nghiệp
shaqooyin

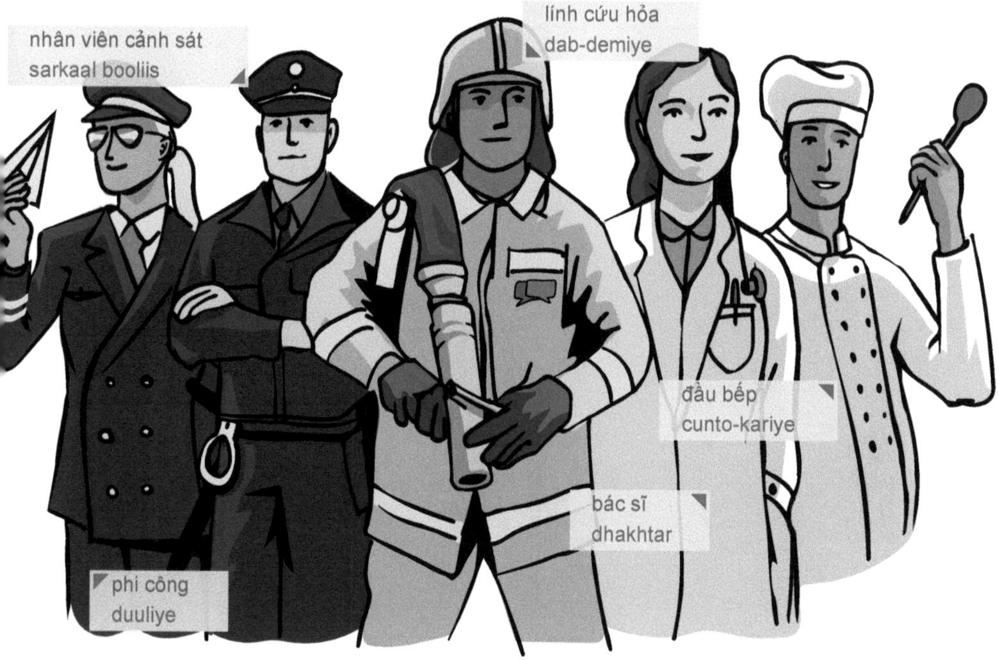

nhân viên cảnh sát
sarkaal booliis
lính cứu hỏa
dab-demiye
đầu bếp
cunto-kariye
bác sĩ
dhakhtar
phi công
duuliye

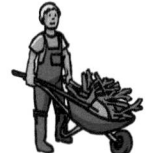

người làm vườn

beeralley

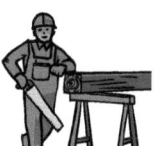

thợ mộc

nijaar

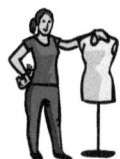

thợ may

timo-qurxiso

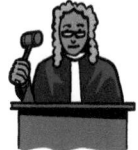

chánh án

qaaddi

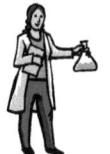

nhà hóa học

farmashiiste

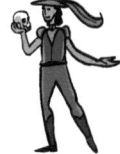

diễn viên

jile

tài xế xe buýt

darawal bas

người lái taxi

taksiile

ngư dân

kalluumeyste

người lau dọn vệ sinh

nadiifiso

thợ lợp mái nhà

saqaf-dhise

bồi bàn

kabalyeeri

thợ săn

ugaarsade

họa sĩ

rinjiile

thợ làm bánh

rooti-dube

thợ điện

koronto-yaqaan

thợ xây dựng

dhise

kỹ sư

injineer

người hàng thịt

kawaanle

thợ sửa ống nước

tuubbiiste

người đưa thư

boostaale

người lính

askari

kiến trúc sư

injineer-dhismo

nhân viên thu ngân

qasnaji

người bán hoa

ubax-yaqaan

thợ cắt tóc

timo-jare

nhân viên soát vé

kiro-uruuriye

thợ cơ khí

makaanik

thuyền trưởng

kabtan

nha sĩ

dhakhtar-ilko

nhà khoa học

saaynisyahan

giáo sĩ Do thái

wadaad yahuud

lãnh tụ Hồi giáo

imaam

nhà sư

xerow

mục sư

wadaad

dụng cụ
qalab

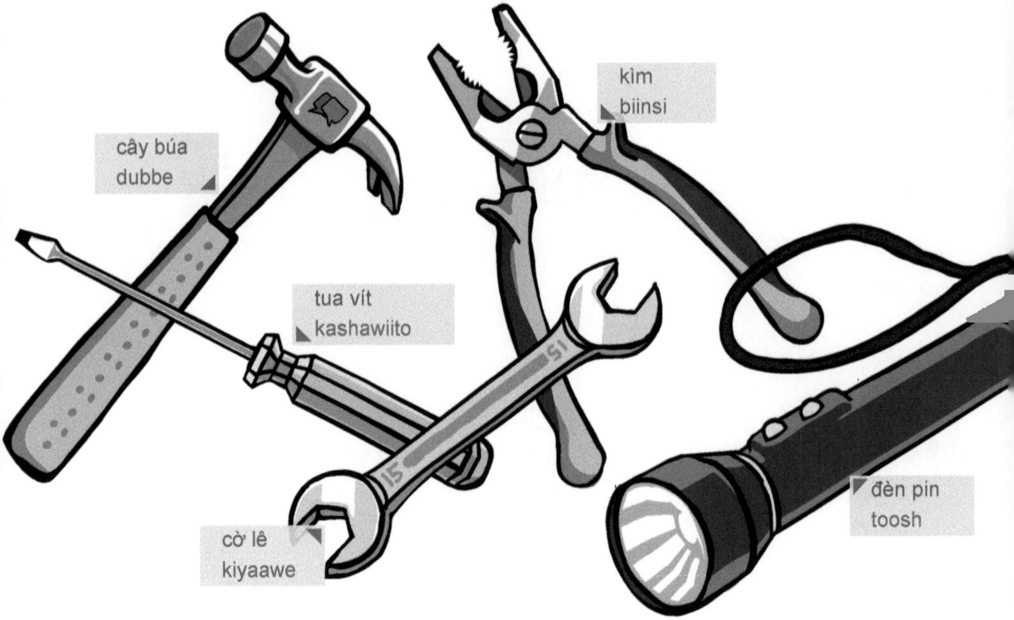
cây búa
dubbe
kìm
biinsi
tua vít
kashawiito
cờ lê
kiyaawe
đèn pin
toosh

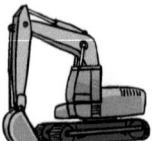

máy xúc đất

dhul-qoddo

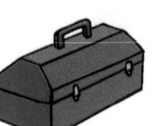

hộp dụng cụ

qalab-xajiye

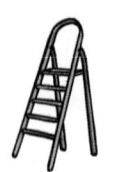

cái thang

jaraanjaro

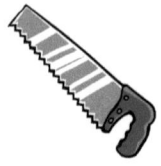

cưa

miinshaar

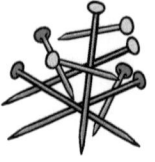

đinh

musbaarro

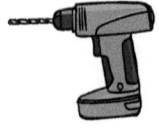

máy khoan

dalooliye

sửa chữa
....
dayactir

cái xẻng
....
badiil

khốn nạn!
....
inkaar kugu dhacday!

cái hót rác
....
bus-xaabiye

thùng sơn
....
gasacad rinji

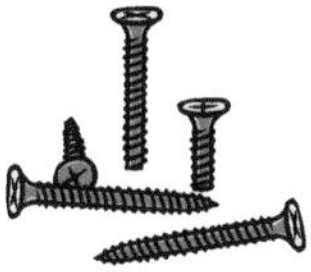

vít
....
boolal

nhạc cụ
qalab muusiko

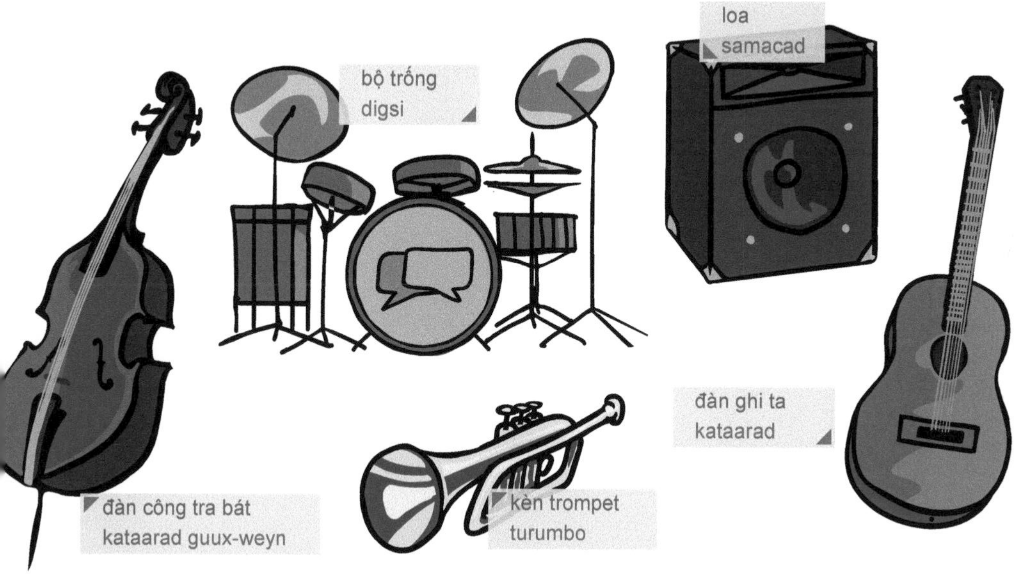

loa
samacad

bộ trống
digsi

đàn ghi ta
kataarad

đàn công tra bát
kataarad guux-weyn

kèn trompet
turumbo

đàn piano

biyaano

đàn vĩ cầm

fiyooliin

ghi ta bass

karaarad guux-dheer

trống định âm

durbaan-sheegagle

trống

durbaan

đàn organ

loox-xarfeed-biyaano

kèn Saxophone

turumbo

sáo

siin-baar

micro

makarafoon

vườn bách thú
beer-xayawaan

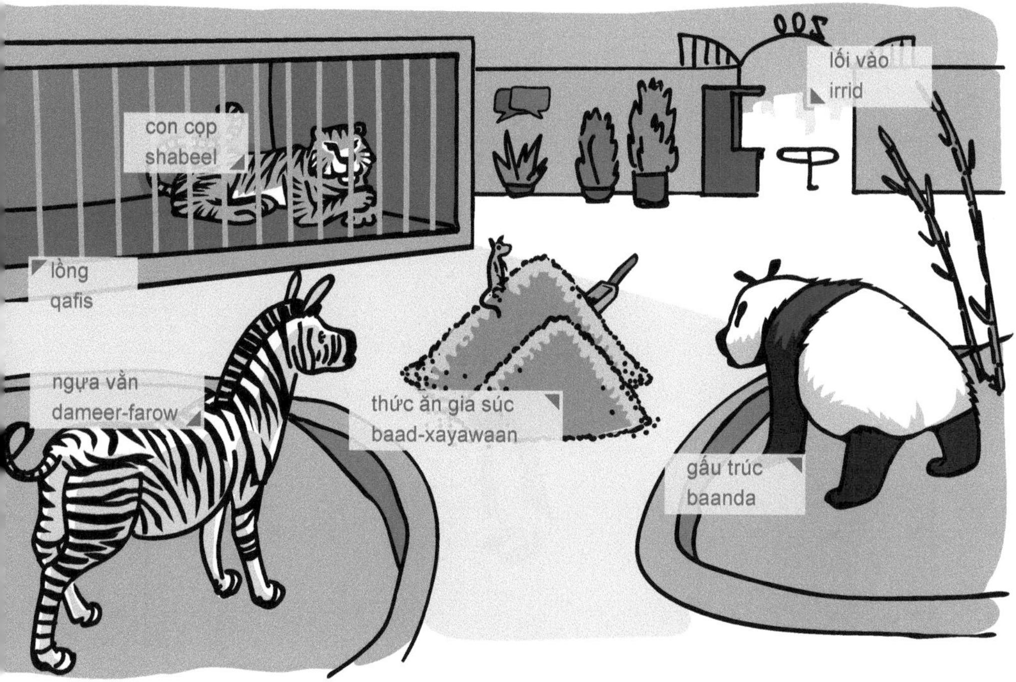

con cọp
shabeel
lối vào
irrid
lồng
qafis
ngựa vằn
dameer-farow
thức ăn gia súc
baad-xayawaan
gấu trúc
baanda

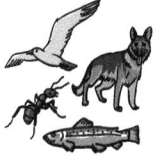

động vật
xayawaan

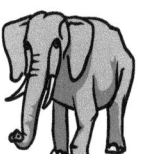

con voi
maroodi

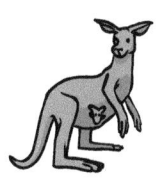

chuột túi
kaangaruu

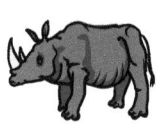

tê giác
wiyil

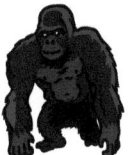

khỉ đột
goriille

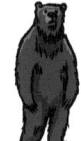

con gấu
oorso

lạc đà
geel

đà điểu
gorayo

sư tử
libaax

con khỉ
daanyeer

hồng hạc
xiita-luga-dheer

con vẹt
baqbaqaa

gấu bắc cực
oorso baraf-ku-nool

chim cánh cụt
shimbir baraf

cá mập
libaax-badeed

con công
daa'uus

con rắn
mas

cá sấu
yaxaas

người trông giữ vườn bách thú
beer-xayawaan ilaaliye

hải cẩu
bahal kalluun-cun

báo đốm
shabeel-u-eke

ngựa lùn

dhal faras

con báo

harmacad

hà mã

jeer

hươu cao cổ

geri

đại bàng

gorgor

heo rừng

doofaar-jilibeey

cá

kalluun

con rùa

qubo

hải mã

maroodi-badeed

con cáo

dawaco

linh dương

deero

bóng bầu dục Mỹ
kubadda-cagta maraykanka

đua xe đạp
tartanka bashkuleetiga

quần vợt
kubbadda miiska

bóng rổ
kubbadda koleyga

bơi
dabaal

khúc côn cầu trên băng
hookiga barafka lagu d

đấm bốc
cayaarta feerka

bóng đá
kubadda cagta

cầu lông
baadminton

điền kinh
ciyaaraha fudud

bóng ném
kubadda gacanta

trượt tuyết
iskii/ciyaarta barafka

polo
cayaar-faras

các hoạt động
hawlo

nhảy
boodid
ôm
hab-siin
cười
qosol
đi bộ
soco
ca hát
hees
mơ
riyo
cầu nguyện
duceyso
hôn
dhunkasho

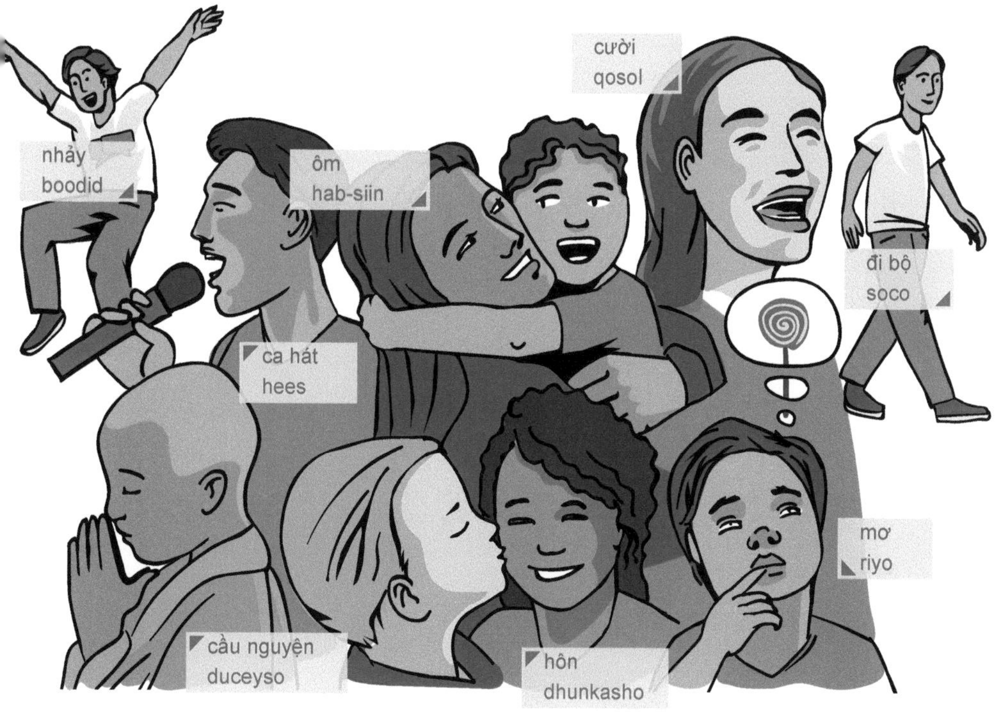

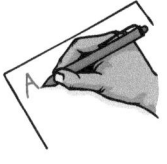

viết
qorraxeed

vẽ
masawirid

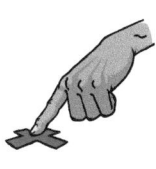

chỉ trỏ
muuji

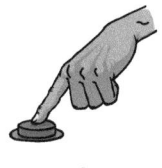

đẩy
riix

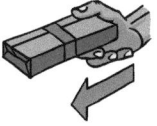

cho
sii

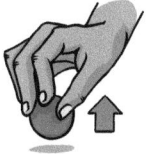

lấy đi
qaado

có
haysasho

làm
samee

thì / là
ahaansho

đứng
istaag

chạy
orod

kéo
jiid

ném
tuur

rơi
dhicid

nằm
been-sheegid

chờ đợi
sug

mang vác
qaad

ngồi
fariiso

mặc quần áo
labiso

ngủ
seexo

thức dậy
toos

xem

fiiri

khóc

ooy

vuốt ve

dhuftay

chải

shanleyso

nói chuyện

hadal

hiểu

faham

câu hỏi

weydii

nghe

dhageysasho

uống

cab

ăn

cun

dọn dẹp

habee

yêu

jacayl

nấu nướng

kari

lái xe

kaxee

bay

duulid

đi thuyền buồm

shiraaco

tính toán

xisaabi

đọc

akhri

học

barasho

làm việc

shaqee

cưới

guurso

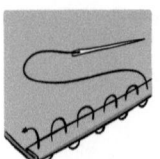

khâu vá

tol

đánh răng

cadayso

giết

dilid

hút thuốc

sigaar cab

gửi đi

dir

gia đình
qoys

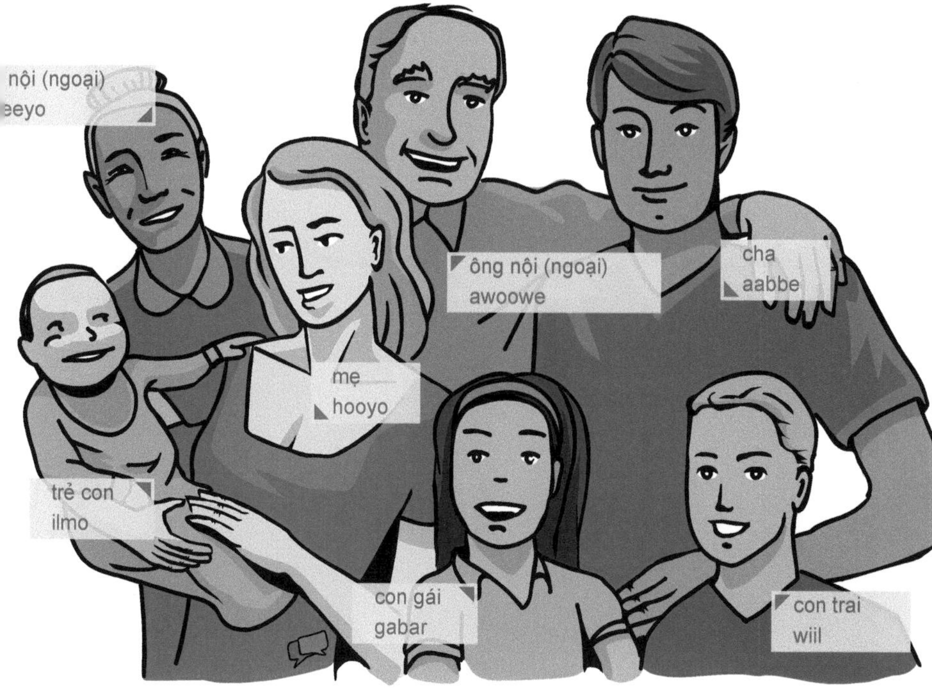

nội (ngoại)
eeyo
ông nội (ngoại)
awoowe
cha
aabbe
mẹ
hooyo
trẻ con
ilmo
con gái
gabar
con trai
wiil

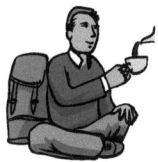

khách

marti

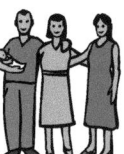

cô (dì)

eeddo

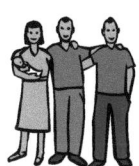

chú, bác (cậu)

adeer

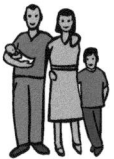

anh (em) trai

walaal rag

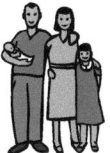

chị (em) gái

walaal dumar

cơ thể

jir

trán
fool
mắt
il
vai
garab
ngón tay
far
mặt
weji
cằm
gar
bàn tay
gacan
chân
lug
ngực
naas
cánh tay
cudud

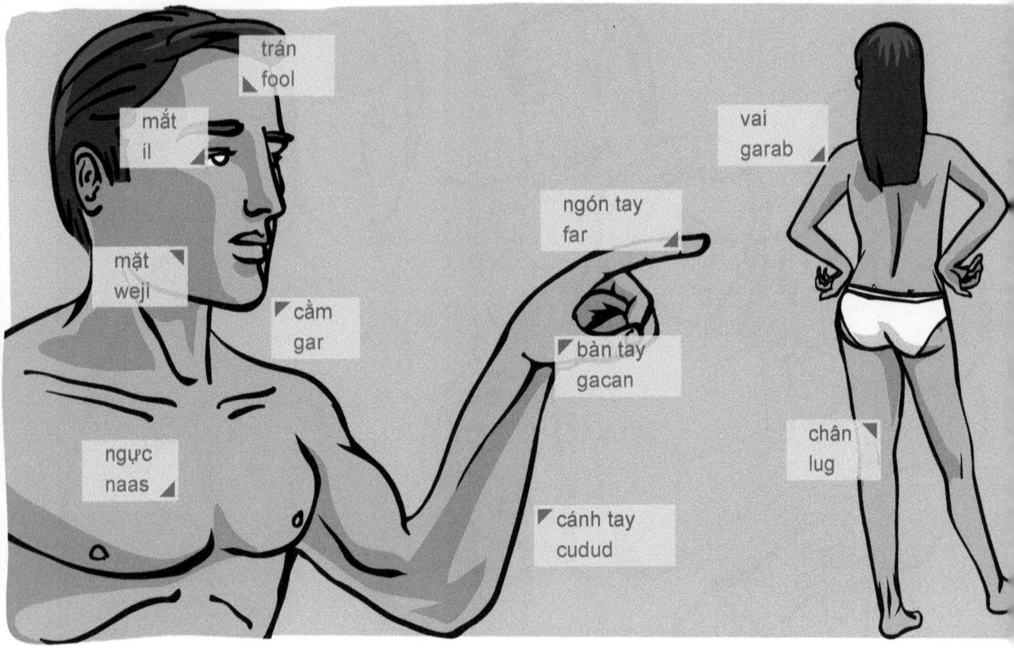

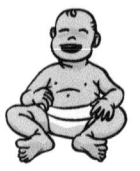

trẻ con

ilmo

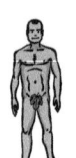

đàn ông

nin

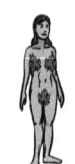

phụ nữ

naag

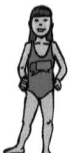

bé gái

gabar

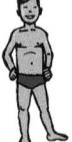

bé trai

wiil

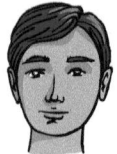

đầu

madax

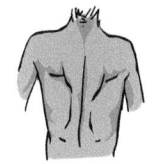

lưng
dhabar

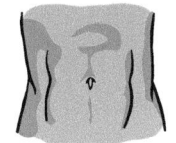

bụng
calool

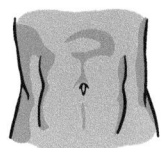

rốn
xuddun

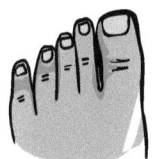

ngón chân
suul

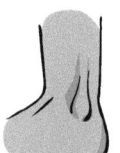

gót chân
cirib

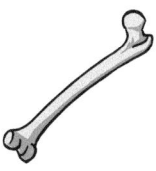

xương
laf

hông
sin

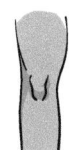

đầu gối
jilib

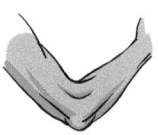

khuỷu tay
xusul

mũi
san

mông
bari

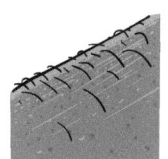

da
maqaar

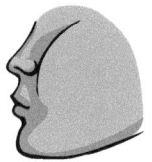

má
dhafoor

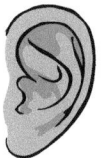

tai
dheg

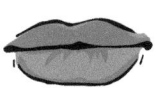

môi
bishin

miệng
af

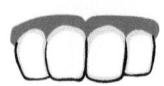

răng
ilig

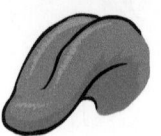

lưỡi
carrab

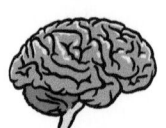

não
maskax

tim
wadno

cơ bắp
muruq

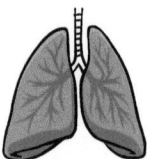

phổi
sambab

gan
beer

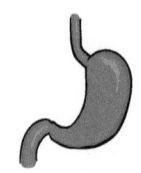

dạ dày
uur kujirta caloosha

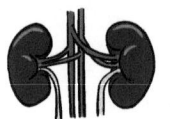

thận
kelyo

giao hợp
galmo

bao cao su
cinjir-galmo

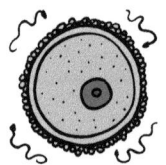

noãn
ugxan

tinh dịch
shahwo

mang thai
uur

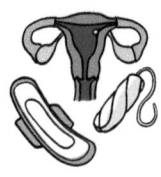

kinh nguyệt

caado

âm vật

siil

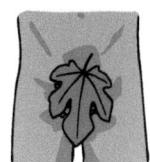

dương vật

gus

lông mày

suni

tóc

timo

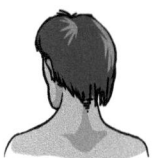

cổ

qoor

bệnh viện
isbitaal

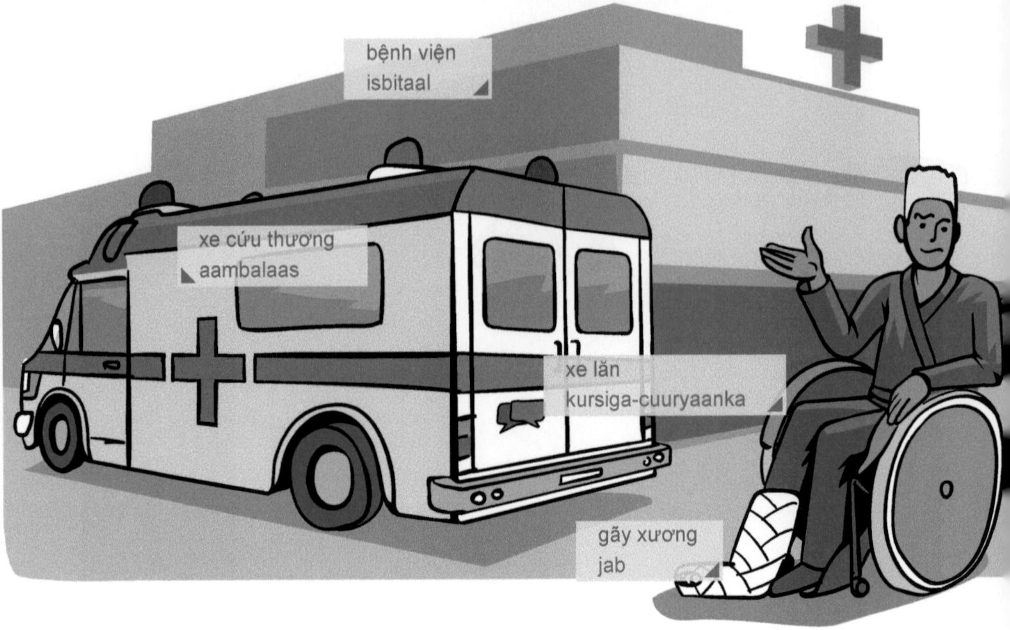

bệnh viện
isbitaal
xe cứu thương
aambalaas
xe lăn
kursiga-cuuryaanka
gãy xương
jab

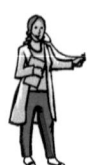

bác sĩ

dhakhtar

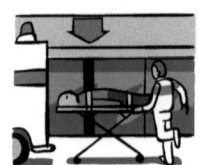

phòng cấp cứu

qolka xaaladaha-degdega ah

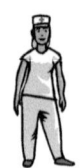

y tá

kalkaaliye

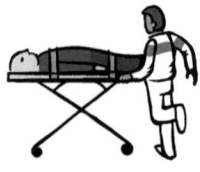

cấp cứu

xaalad deg-deg ah

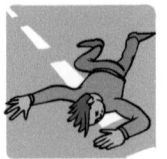

bất tỉnh

miyir-beelsan

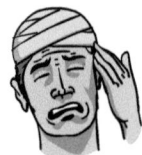

cơn đau

xanuun

bị thương

dhaawac

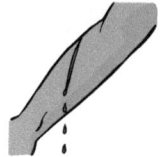

chảy máu

dhiig-bax

nhồi máu cơ tim

wadno-xanuun

đột quỵ

qallal

dị ứng

xasaasiyad

ho

qufac

sốt

qandho

cúm

hargab

tiêu chảy

shuban

đau đầu

madax-xanuun

ung thư

kansar

bệnh tiểu đường

cudurka sokoroow

bác sĩ phẫu thuật

dhakhtarka-qalliinka

dao mổ

mindida qalliinka

giải phẫu

qalliin

chụp cắt lớp

iskaan

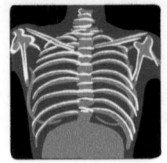

chụp x-quang

raajo

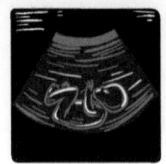

siêu âm

dhawaaq-xawaareed

mặt nạ

maaskaro

bệnh

cudur sokoroow

phòng đợi

qolka sugitaanka

cái nạng

ul lagu boodo

băng dán vết thương

kab

băng bó

faashato

tiêm thuốc

duris

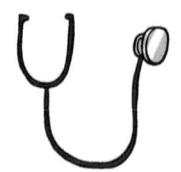

ống nghe khám bệnh

wadne-dhegeyeste

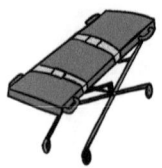

băng ca

balankiino

nhiệt kế

heer-kul-beega qandhada

sinh đẻ

dhalasho

thừa cân

aad-u-cayilan

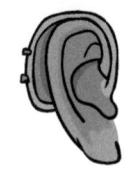

máy trợ thính

maqal-caawiye

chất khử trùng

jeermis-dile

nhiễm trùng

caabuq

vi rút

feyras

HIV / AIDS

AYDHIS/HIV

thuốc

daawo

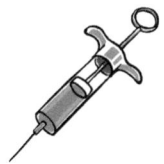

tiêm chủng

tallaal

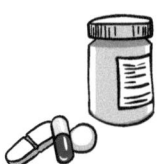

thuốc viên

kaniiniyo

viên thuốc

kaniin

gọi cấp cứu

wicitaan deg-deg ah

máy đo huyết áp

cabbiraha dhiig-karka

bệnh / khỏe mạnh

xanuunsan / caafimaadsan

cứu!

i caawiya!

báo động

sawaxan

cuộc đột kích

weerar-kadisa ah

sự tấn công

weerar

mối nguy hiểm

khatar

lối thoát hiểm

irridda bixida xaalad-deg-deg

cháy!

dab!

bình chữa cháy

dab demiye

tai nạn

shil

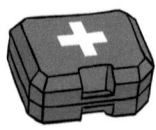

bộ dụng cụ sơ cứu

saduuqa xaalada-degdega ah

SOS

codsi badbaado

cảnh sát

booliis

châu Âu

Yurub

Bắc Mỹ

woqooyiga ameerika

Nam Mỹ

koonfurta ameerika

châu Phi

Afrika

châu Á

Aasiya

châu Úc

Oostareeliya

Đại Tây Dương

Atlaantik

Thái Bình Dương

Pacific

Ấn Độ Dương

Bad-waynta hindiya

Nam Cực Dương

Bad-waynta antarctica

Bắc Băng Dương

Bad-waynta arctic

bắc cực

cirifka waqooyi

nam cực
....
cirifka koonfureed

nam cực
....
Antarctica

trái đất
....
dhul

đất liền
....
dhul

biển
....
bad

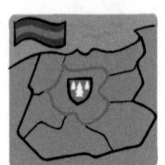

đảo
....
jasiirad

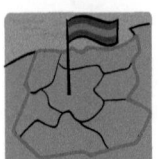

quốc gia
....
waddan

nhà nước
....
gobol

mặt đồng hồ

wajiga saacadda

kim chỉ giờ

gacanka saacada

kim chỉ phút

gacanka daqiiqada

kim chỉ giây

gacanka ilbiriqsiga

Bây giờ là mấy giờ?

waa intee saac?

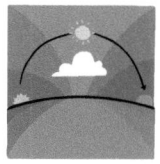

ngày

maalin

thời gian

wakhti

bây giờ

hadda

đồng hồ điện tử

saacadda jiifarrada

phút

daqiiqad

giờ

saacad

tuần lễ
toddobaad

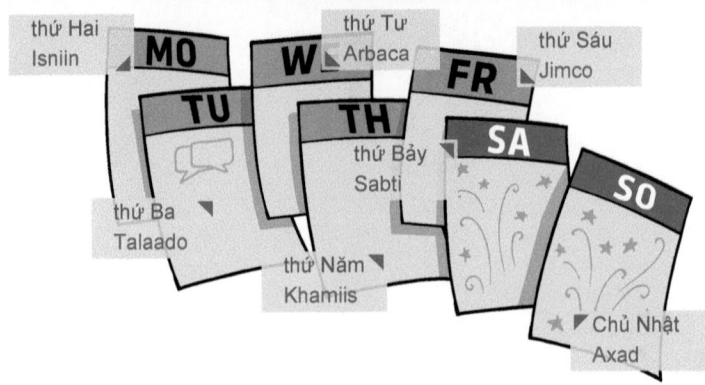

thứ Hai
Isniin

thứ Tư
Arbaca

thứ Sáu
Jimco

thứ Ba
Talaado

thứ Bảy
Sabti

thứ Năm
Khamiis

Chủ Nhật
Axad

hôm qua

shalay

hôm nay

maanta

ngày mai

berri

buổi sáng

subax

buổi trưa

duhur

buổi tối

casir

ngày làm việc

maalmaha shaqo

cuối tuần

dabayaaqada usbuuca

cầu vồng
qaanso-roobaad

mưa
roob

tuyết
roob-baraf

gió
dabayl

mùa xuân
gu'

mùa thu
deyr

mùa hè
xagaa

mùa đông
jiilaal

4.APRIL	11°	
5.APRIL	4°	
6.APRIL	13°	
7.APRIL	8°	
8.APRIL	10°	

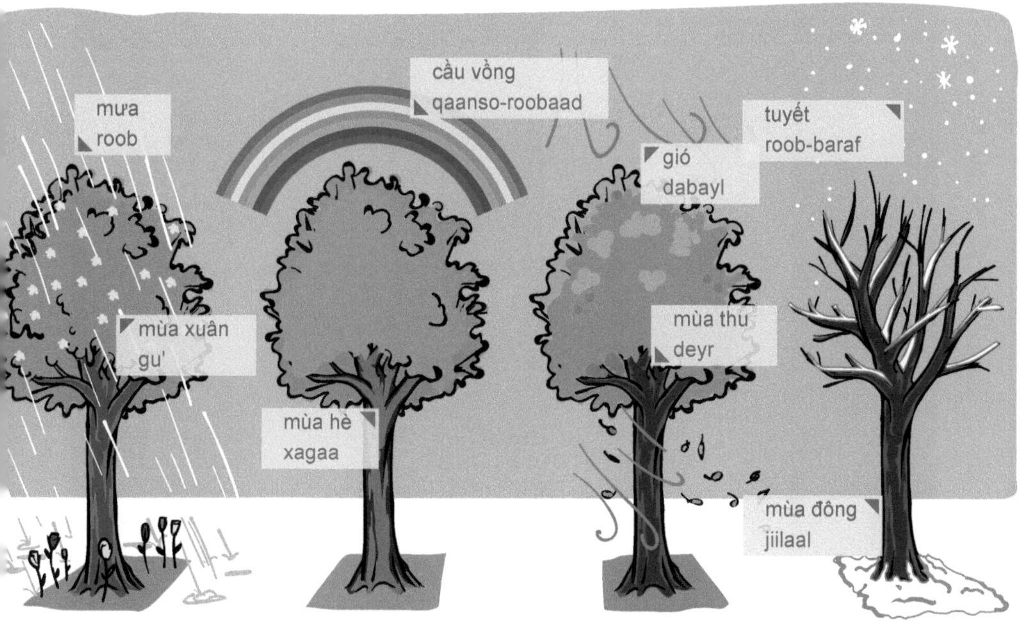

dự báo thời tiết

saadaal hawo

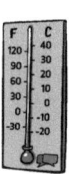

nhiệt kế

heer-kul baare

ánh nắng

qorraxeed

mây

daruur

sương mù

ceeryaamo

độ ẩm không khí

huur

tia chớp

jac

sấm sét

onkod

cơn bão

duufaan

mưa đá

roob-baraf

gió mùa

maansuun

lũ lụt

daad

nước đá

baraf

tháng Một

Jannaayo

tháng Hai

Febraayo

tháng Ba

Maarso

tháng Tư

Abriil

tháng Năm

Mey

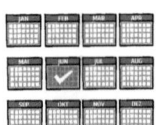

tháng Sáu

Juun

tháng Bảy

Luulyo

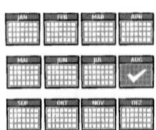

tháng Tám

Agoosto

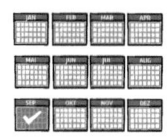

tháng Chín

Sebteember

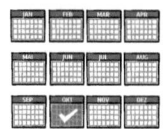

tháng Mười

Oktoobar

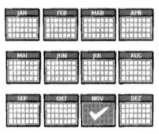

tháng Mười Một

Nofeember

tháng Mười Hai

Diseember

hình dạng
qaababka

hình tròn

goobaabo

hình vuông

afar-gees

hình chữ nhật

leydi

hình tam giác

saddex-xagal

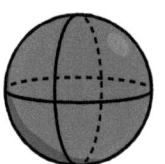

hình cầu

wareeg

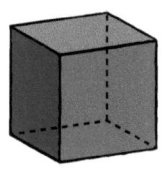

khối vuông

bokis

màu trắng
caddaan

màu vàng
hurdi

màu cam
oranji

màu hồng
guduud-khafiif

màu đỏ
casaan

màu tím
carwaajis

màu xanh dương
bluug

màu xanh lá cây
cagaar

màu nâu
boroon

màu xám
cawl

màu đen
madow

nhiều / ít
badan / yar

tức tối / điềm tĩnh
caro / daganaan

xinh đẹp / xấu xí
qurxoon / foolxun

bắt đầu / kết thúc
billow / dhammaad

to / nhỏ
yar / weyn

sáng / tối
iftiin / mugdi

nh (em) trai / chị (em) gái
walaalkaa / walaashaa

sạch / bẩn
nadiif / wasakhaysan

đủ / thiếu
buuxa / dhantaalan

ngày / đêm
maalin / habeen

chết / sống
dhintay / nool

rộng / chật hẹp
ballaaran / ciriiri ah

ăn được / không ăn được

la cuni karo / aan la cuni karin

ác / tử tế

arxan-daran / naxariis-badan

hào hứng / chán nản

faraxsan / caajisan

béo / gầy

buuran / caateysan

đầu tiên / cuối cùng

ugu horeeya / ugu dambeeya

bạn / thù

saaxiib / cadaw

đầy / rỗng

maran / buuxa.

cứng / mềm

adag / jilicsan

nặng / nhẹ

culus / fudud

đói / khát

gaajo / oon

bệnh / khỏe mạnh

xanuunsan / caafimaadsan

bất hợp pháp / hợp pháp

sharci-darro / sharci

thông minh / ngu

caaqil / dabbaal

trái / phải

bidix / midig

gần / xa

dhow / fog

đối lập - iska-soo-hoorjeeda

mới / cũ

cusub / duug

không có gì cả / có cái gì đó

waxba / wax

già / trẻ

da' / dhalinyar

bật / tắc

daaris / damin

mở / đóng

furan / xiran

im lặng / ồn ào

aamusnaan / cod-dheer

giàu / nghèo

taajir / sabool

đúng / sai

sax / khalad

sần sùi / mịn màng

jilif leh / sabiibax

buồn / vui

murugsan / faraxsan

ngắn / dài

gaaban / dheer

chậm / nhanh

tartiib / dhaqsi

ẩm ướt / khô ráo

qoyaan / qalleyl

ấm áp / mát mẻ

qandac / qabow

chiến tranh / hòa bình

dagaal / nabad

đối lập - iska-soo-hoorjeeda

0

số không

eber

1

một

kow

2

hai

laba

3

ba

saddex

4

bốn

afar

5

năm

shan

6

sáu

lix

7

bảy

toddoba

8

tám

sideed

9

chín

sagaal

10

mười

toban

11

mười một

kow iyo toban

12	**13**	**14**
mười hai	mười ba	mười bốn
laba iyo toban	sadex iyo toban	afar iyo toban

15	**16**	**17**
mười lăm	mười sáu	mười bảy
shan iyo toban	lix iyo toban	todoba iyo toban

18	**19**	**20**
mười tám	mười chín	hai mươi
sideed iyo toban	sagaal iyo toban	labaatan

100	**1.000**	**1.000.000**
một trăm	một ngàn	một triệu
boqol	kun	malyuun

tiếng Anh

Af ingiriis

tiếng Anh Mỹ

Ingiriiska Mareykanka

tiếng Quan Thoại

Mandariinka Shiinaha

tiếng Hin-di

Hindi

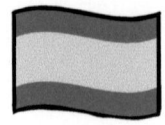

tiếng Tây Ban Nha

Boortaqiis

tiếng Pháp

Faransiis

tiếng Ả-rập

Carabi

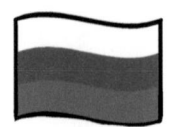

tiếng Nga

Ruush

tiếng Bồ Đào Nha

Boortaqiis

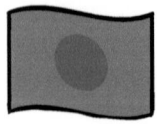

tiếng Bengal

Bengaali

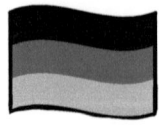

tiếng Đức

Jarmal

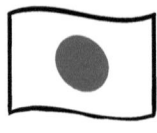

tiếng Nhật

Jabaaniis

tôi
aniga

bạn
adiga

anh ta / cô ta / nó
asaga / ayada

chúng tôi
annaga

các bạn
idinka

họ
ayaga

ai?
kee?

cái gì?
maxay?

như thế nào?
sidee?

ở đâu?
xagee?

lúc nào?
goorma?

tên
magac

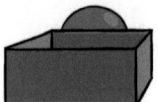

phía sau

gadaal

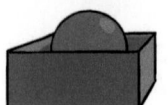

ở trong

gudaha

phía trước

horta

phía trên

ka sare

ở trên

dusha

ở dưới

ka hooseeya

bên cạnh

dhinac

ở giữa

u dhexeeya

chỗ

meel